பட்டாம்பூச்சி

வேதியியலின் மாற்றம்...

அர்ச்சனா ப

முகிலின் மென்நடையும்

தெளிவுற தென்படும்

நதியை பேதையாக்கும்

வேதியியல் மாற்றத்தின்

சிறுகதை கவிதையாக...

எவரிடமும் தளரா மனம்

உம்மிடம் தளரியது ஏனோ!

அறியாமல் தவிக்கும் இவளுக்கு

அறிய விடைப்புரிவாயா?

விழிமொழி கூறாததையா

வாய்மொழி கூறிடும்?

நாட்களும் நகர்கிறது

நமக்கானவை

நம்மை வந்துசேருமென்ற

நம்பிக்கையில்...

யாவையும் ரசியுங்கள்

அவ்வப்போது தழுவி

சிலிர்ப்பூட்டும் தென்றலை

அக்கணமே ரசிப்பதுபோல...

தொலைப்பதில்

என்ன இருக்கிறது

தொலைவதில் தானே

யாவும் இருக்கிறது...

அவளும் கண்டிரா

அவளைக் கண்டால்

அவனால்...

எண்ணலற்ற எண்ணலைகளும்

கதிரவனைக் கண்ட வெண்பனியாக

உன்னருகே மாறுகிறேன்

நானுமொரு மழலையாக...

சுற்றும் யாவருமிருக்க

தன்னிலை மாறாமல் இருப்பது

தன்னவனின் அருகாமையிலே...

துணையாக

அவனிருக்க

துயில்கொண்டாள்

அகிலம் மறந்து...

நாணங்களும்

நாணம் கொள்ளும்

இடையேயான

இடைவெளி குறைகையில்...

விளக்கங்கள் எதற்கு

புரிதலென்னும்

அழகியல் இருக்கையில்...

மையற்ற எழுதுக்கோலால்

எழுதுப்பட்ட கவிதை

அவன்...

மறதியிலும் மறவா

மலரின் வாசம்

அவன்...

தேடும் முன்பே

தொலைத்த பொக்கிஷம்

நீ...

ஒவ்வொரு

அணுவும் எழில்மிகும்

வசப்பட்டதால் என்னவோ...

பலவெண்ணிற கொடிகளுக்கு

பின்னும் நீள்கிறது

மதிக்கும் மனதிற்கும்

இடையேயான போர்கள்...

சொல்லிவிட்டு செல்லுங்கள்

சொல்லமுடியா தூரம் செல்வதற்குள்...

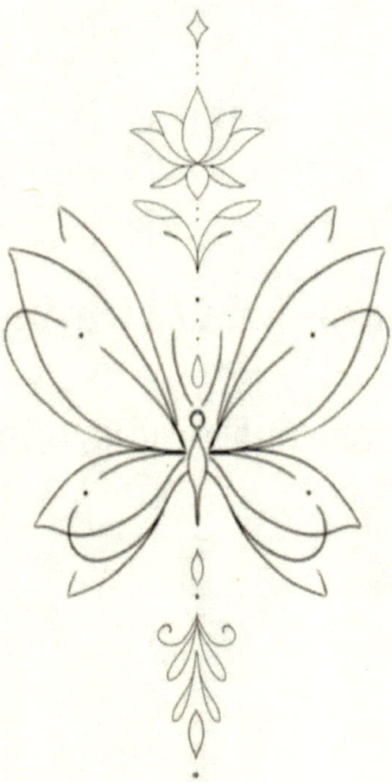

முன்கோப

முடிவுகளினால்

முடிவடையகூடநேரிடும்

முடிய விரும்பா உறவை...

முடிவறியா பயணத்தில்

முடிவிலியென எண்ணியவன்

இதுவே முடிவென

கூறாமல் சென்றதேனோ?

விலகலே

விதியெனபின்னும்

வினவுகிறான்

விலகல்தான்

விடையாயென?

தூள்தூளானது

பிடிவாதங்கள் யாவும்

தூரம் அதிகரிக்கையில்...

காணும் யாரிலும்

அவனின் சாயல்...

நினைவுகளை

அழிப்பதற்காகவே

நினைவுகளை

சேமித்தாள்...

அரைநொடியில் ஆயிரமாயிரம்

சிந்தனைகளை கொண்டவளேனோ

இன்று நெடுநேரமாக தேடினால்

அவளின் அறையில் அவளையே...

காணுமிடமெங்கும் புலப்படுகிறது

உமது மாயபிம்பம்

காரணம் இவளின்

அதீத எதிர்பார்ப்பால்தானோ !!!

நித்தம் நித்தம் தனிமையை

விரும்பியவளேனோ

நிற்கதியாய் தனிமையை

ஏற்றாள் இன்று...

கோடைக்காலத்து

மாரியென வருகைபுரிந்து

கானல்நீராக மாறியதேனோ

இவள் அறியும் முன்?

கண்ணோட்டம் மாறுகையில்

காணும் யாவும் சரியே...

ஆணிவேரின்

கடையணுவும்

மாய்ந்தப்பின்

வசந்தக்காலத்தின்

வருகை...

மதியினாலே இயலாதாம்

தான்பெற்ற நிலையை

மறுமுறை அடைய

மானுடர் மட்டும்

விதிவிலக்காயென்ன!

மறுவாய்ப்புகளெல்லாம்

முதற்வாய்ப்பே பிழையென

உணர்த்தவோ?

நிகழாதவை என அறிந்தும்

நீளவே கேட்கிறேன்

இந்நாழிகையை

இருத்தலே பேரின்பம்...

முடிவுரையை எழுத

முற்படுகையில்

முந்திகொள்கிறது இது

முடிவறியா பயணமென்ற

முன்னுரை...

www.ingramcontent.com/pod-product-compliance
Lightning Source LLC
LaVergne TN
LVHW090333210926
848480LV00004B/1388

9798903923892